देखणी
मेलडी आणि नंतरच्या कविता

भालचंद्र नेमाडे यांचे प्रकाशित साहित्य

कादंबरी

कोसला (१९६३)
बिढार (१९७५)
हूल (१९७५)
जरीला (१९७७)
झूल (१९७९)
हिंदू : जगण्याची समृद्ध अडगळ (२०१०)

कविता

मेलडी (१९७०)
देखणी (१९९१)

समीक्षा व संशोधन

तुकाराम (१९८०)
साहित्याची भाषा (१९८७)
द इन्फ्लुअन्स ऑफ इंग्लिश ऑन मराठी :
अ सोशिओलिंग्विस्टिक ॲण्ड स्टायलिस्टिक स्टडी (१९९०)
टीकास्वयंवर (१९९०)
इंडो-अँग्लिअन रायटिंग्ज : टू लेक्चर्स (१९९१)
मराठी रीडिंग कोर्स (इअन रेसाइडसह) (१९९१)
मराठी फॉर बिगिनर्स (१९९४)
साहित्य संस्कृती आणि जागतिकीकरण (२००३)
निवडक मुलाखती (२००८)
सोळा भाषणे (२००९)
नेटिव्हिज़्म : देशीवाद (२००९)
हाऊ मच स्पेस डझ ॲन इंडियन रायटर नीड? (२०१३)

देखणी
मेलडी आणि नंतरच्या कविता

भालचंद्र नेमाडे

पॉप्युलर प्रकाशन, मुंबई

देखणी
मेलडी आणि नंतरच्या कविता
(म–७४९)
पॉप्युलर प्रकाशन
ISBN 978-81-7185-589-6

© १९९१, भालचंद्र नेमाडे

पहिली आवृत्ती : १९९१/१९९३
दुसरी आवृत्ती : २०००/१९२२
दुसरे पुनर्मुद्रण : २०१५/१९३६
तिसरे पुनर्मुद्रण : २०१६/१९३८
चौथे पुनर्मुद्रण : २०२१/१९४२
पाचवे पुनर्मुद्रण : २०२१/१९४३
सहावे पुनर्मुद्रण : २०२२/१९४४
सातवे पुनर्मुद्रण : २०२३/१९४४
आठवे पुनर्मुद्रण : २०२४/१९४६

प्रकाशक
अस्मिता मोहिते
पॉप्युलर प्रकाशन प्रा. लि.
३०१ महालक्ष्मी चेंबर्स
२२ भुलाभाई देसाई रोड
मुंबई ४०० ०२६

अक्षरजुळणी
ऑलरीच एन्टरप्रायझेस
माहीम, मुंबई ४०० ०१६

मुद्रक
ट्रिनिटी अकॅडमी फॉर कॉर्पोरेट ट्रेनिंग लि.
पुणे

DEKHANI
(Marathi : Poetry)
Bhalchandra Nemade

पहिल्या आवृत्तीची प्रस्तावना

प्रस्तुत संग्रहातील क्र. ३, ४ आणि ५ ह्या सोडून क्र. २० पर्यंतच्या एकूण सतरा कविता *मेलडी*मध्ये प्रकाशित झाल्या होत्या (पहिली आवृत्ती : वाचा प्रकाशन, औरंगाबाद, १९७०; दुसरी आवृत्ती : प्रास प्रकाशन, मुंबई, १९८०). १९५८ ते १९६८ ह्या वर्षांत लिहिलेल्या त्यांतल्या काही कविता *छंद, रूप, शब्द, अथर्व, रहस्यरंजन* आणि *प्रतिष्ठान* ह्या पत्रिकांमधून प्रसिद्ध केल्या होत्या. *मेलडी* हा संग्रह उपलब्ध नसल्याने त्या सर्व कविता इथे पुन्हा संग्रहित केल्या आहेत.

त्यानंतर वीसेक वर्षांच्या खाड्यानंतर १९८७ ते १९९१ ह्या वर्षांत लिहिलेल्या सर्व नव्या कविता प्रस्तुत संग्रहात प्रथमच प्रकाशित होत आहेत. ह्या सर्वच कविता माझ्या गोव्यातल्या वास्तव्यात झाल्यामुळे कोकणातील पोर्तुगीज संपर्कातून निर्माण झालेल्या 'देखणी' नामक लोकगीत-लोकनृत्याच्या प्रेमाखातर हे नाव देऊन एकवटल्या आहेत.

१९६८ ते १९८७ ह्या काळात मी बव्हंशी व प्रायः तर्काधिष्ठित गद्य आणि सामाजिक वगैरे उद्योग केल्याने कविता सोडून गेल्याची दारुण अवस्था प्राप्त झाली होती. प्रत्यक्षात कविता न होवो, दिवसाकाठी रोजच्या जगण्याचे ऊर्ध्वपातन होऊन त्याची निदान एक ओळ व्हावी, असे स्वप्न तरी काहीही लिहू म्हणणाऱ्याला बाळगता आले पाहिजे. अबोध मनात भाषेच्या अंतःस्तराखालीच कवितेच्या ध्वनिस्तरांचाही उगम होत असतो. ह्या स्थितीत आपले संपूर्ण भान भाषेसाठी पणाला लावता आले नाही तर कवितेच्या द्रव्याची हवा होऊन जाते, असा माझा दीर्घ अनुभव आहे. कवितेच्या भाषेच्या ह्या अमली द्रव्याखाली आपले सगळे व्यक्तिमत्त्व अटीतटीने राहू देण्याचा तुकारामकथित युद्धाचा प्रसंग प्रत्येक लिहिणाऱ्याला अत्यंत मोलाचा वाटणे साहजिक आहे, कारण ह्या अमली भाषेच्या कमी जास्त स्पर्शावरच एकंदर साहित्याच्या भाषेची मदार असते. ह्यामुळेच कविता ही सर्व साहित्यप्रकारांना केंद्रीय असते. दुर्दैवाने भाषेच्या अंतःस्तरात गाडून घेऊन जगण्याची प्रत्येक घडी लढवणे दुष्कर होऊन बसते. याची कबुली म्हणून म्हणा, ही प्रस्तावना लिहिली आहे.

दि. १ ऑक्टोबर १९९१ — **भालचंद्र नेमाडे**
मुंबई

अनुक्रमणिका

१.	पिंगट रानाला राघू सोडून चालले	१
२.	कशा रांगोळ्या काढता तुम्ही	२
३.	काठकाठ पडलेली	४
४.	कधी पुरून ठेवलेल्या	५
५.	इथे गंजलो मी	६
६.	आता अशी अंधारगुंफेत	७
७.	लामणदिव्याच्या उजेडात	८
८.	झाड खुणेचे हरवुन बसलो	९
९.	पाठीशी भिंत तुझ्या	१०
१०.	झिमझिम उन्हे तिच्या दारी	११
११.	फुटले नव्हते कुशीत	१२
१२.	रस्ते नवेनवेच... हेच यायचे होते	१३
१३.	रंग पाहिले पोटातले	१४
१४.	आपल्या वाटेने जाणारे दिवस	१५
१५.	बाकावर काही ढुंगणभर जागा	१६
१६.	ते वर्ष होतं की कोळ्याचं जाळं	१७
१७.	अंतराळाच्या मांडीवर खूर	१९
१८.	हे लांब लांब रस्ते	२१
१९.	त्रिखंडाला लगाम घालून	२८
२०.	सहजासहजी अंगावरचे डाग	२९
२१.	भगताची वही	३०
२२.	कवि लोक	३१
२३.	ताईबाईच्या नावानं	३२
२४.	आजी	३४
२५.	आत्महत्यारी	३६
२६.	स्थलांतराचे गाणे	३७

२७.	फर्ग्युसन कॉलेजात पुन्हा	४०
२८.	हरि हरि! गेला बिचारा बापुला	४१
२९.	कत्तलखाना	४४
३०.	निरोप	४६
३१.	गुरुवर्य	४७
३२.	स्त्रीमुक्त	४८
३३.	प्यारी	५०
३४.	आकाशी रुसला गो चंद्र	५२
३५.	सेरनाद : जनेलासकयल	५४
३६.	सेरनाद : आडवाटेक	५५
३७.	सेरनाद : आदेउस करतंना	५६
३८.	रातराणी	५७
३९.	पसाय	६०
४०.	आत्मचरित्र	६१

आठ देखणी

१.

पिंगट रानाला राघू सोडून चालले
डोंगराच्या रांगाही उडू पाहतात पायथे उचलून
फांद्यांनी पारंब्या रोवल्या माझ्या डोळ्यांच्या तळापर्यंत
देठ... देठांचा स्पर्श आहे अजून
पाने... पानांची टोके जमिनीला दूर हो दूर हो म्हणतात
खाली पोकळी करून दे म्हणतात, नाही सोसवत.

सगळी पाने उडून जाऊ दे... सगळी पिंगट,
दाही दिशांचे एक पेव करून, रोखाने
एकाच गळालेपणाची ओठांतली शीळ होऊन
उमटवू दे सगळी अस्फुटे या देठादेठातून
एकाच झाडाच्या या पानगळणीने भरून जाऊ दे
सगळे अंतर असण्याहोण्यामधले माझ्यातुझ्यातले
पाने नसतील आणि ढीग जमतील,
तुटून पडण्याचेच ह्या पानांच्या पिंगट.

जन्मांधाचे डोळे साठवून ठेवतात काळोखाची पृथ्वीतोल वलये
तितके ढीग साठवीन, पारंब्यांना डोळ्यांत खोल घेत घेत
ती वेळ माझ्या ओंजळीतून तुला पाजीन,
तोपर्यंत तरी थांब. मिटून बैस तुझे वारे, तुझी तहान.
झाड राहू दे असे माझे डोळ्यांच्या तळाशी मुसमुस करीत,
जमिनीला दूर हो दूर हो म्हणणारी पाने आणि
तरंगणारे हलते राघूंचे थवे सांभाळीत.

❑

देखणी १

२.

कशा रांगोळ्या काढता तुम्ही, घरंदाज व्यथांनो!
कसा सडा घालता माझ्या अंगणाचा कोपरा कोपरा खुलेल असा,
कशी सजवता तुळशीवृंदावनाची दर्शनी बाजू,
खुडता मंजिऱ्या दुपारच्या सुकलेल्या मऊ नखांनी,
रोज नव्या हातावर केलेल्या कापसाच्या वातींनी लावता
माझ्या पाताळघरातला अंधार प्रार्थणारी
देवघरातली आंदणाची उभी समई,
आतबाहेर येता जाता कसल्या गुणगुणता आरत्या
पुसट शब्दांच्या सुरांच्या वेणीत अर्थ गुंफून टाकून
– तो अर्थ मी चाचपू पाहतो, पाहतो
तेव्हा भिंतीला खेटून उभा असलेल्या माझ्या
डोक्यावरच्या पिंपळाची फांदी फांदी ओरडणाऱ्या
कावळ्यांनी काळीकुट्ट लदलेली असते.

कुणासाठी ही अबोल संथ वाटपाहणी?
उंबरठ्यात रुतवलेल्या बांगड्यांच्या नक्षीलाच कळणारी
तुमच्या आंगठ्यांची लवलव कुणासाठी?
किती दिवस...हे आरशालाच माहीत असलेले तुमचे
कोरीव कुंकवाच्या चांदणीखालचे पहाटचे फटफटीत कपाळ?

मलाही कळू द्या तुमची उभार दृष्टिघोळ जवळीक...
न्हाणीपासून आतपर्यंत उमटलेल्या पावलांची
आणि परकरांच्या किनारीवर भरलेल्या बिनपायांच्या मोरांची भुलावण
मलाही कळू द्या.

२ देखणी

कां पदर घालून असता माझ्यासमोरही सकाळ संध्याकाळ
सदा कपाळापर्यंत...ह्या आपल्याच आपल्याच घरात?

चेहराच नसलेल्या अपुऱ्या शिल्पासारख्या बेसूर बायांनो!
माझे अंगण पांढरे झाले तुमच्या रांगोळ्यांनी.

❏

देखणी   ३

३.

काठकाठ पडलेली
गर्द तिच्या डोळ्यांतुन
वाऱ्याची घोषमिठी
तिचे सर्व
गवतदऱ्या रंगरंग
फुटलेली रानझाक
निवडुंगाची तृप्ती
काटेरी नागवीक्ष

ढगांतले हिरवेघन शिखरांचे
गोंडससे भान तिचे
सागबने शेंड्यातुन खोडातुन
गुणगुंफुन
कडेकडे विणणारी
ओघळलय थडथडती
डोळ्यांवर
काठकाठ डोहमिठी
छातीवर
सगळ्या पक्ष्यांच्या पक्ष्यांच्या गोष्टी

❑

४.

कधी पुरून ठेवलेल्या निंबोळ्या विसरशील?
कधी त्यांचं उगवलेलं हिरवंगार रूप
डुलतांना नवल करशील?

फांद्यांनी भर उन्हात होकार दिले
असंख्य डीर अंगावरचे दाखवून
हे मानशील?

आणि मी परत सगळं सगळं मागेन
ते विसरणं, ते कोंब, ते होकार, ते मानणं —
नुसतंच मानेनं सगळं
ते परत देशील?

तुझी हार
गोंदणारणीकडून तुझ्या हातावर गोंदून घेईन.

❏

देखणी   ५

५.

इथे गंजलो मी गळाली झळाळी
कळे काहुरांचे उरीं म्लान झाले
कुठे वाट हुंगावयाची कळेना
असे पाय माझे इथे स्तब्ध झाले.

फणा वीष पेलून उंचावणारी
तशी वाट डोळ्यांत खेळे घुमारा
खुणा पावलांच्या दिसेनात कोठे,
स्फुरे पापणीशी धुळीचा पिसारा.

किती सोडवील्या मिठ्या वेदनांच्या
कळेना कळेनाच पीडा मनाला
गिळू पाहिले दुःख दुःखार्त झालो
मला पंख मारून अंधार गेला

सदा हाक मारीत आलो सुखाला
असा हिंडलो फोड घेऊनी पायी
इथे तोल गेला अशा सुन्न वेळी
मला फेर घालून गेल्या दिशाही.

अहो माझिया पावलांच्या कपाळी
व्यथा धुंडणारी अशी वाट आली.

❑

६.

आता अशी
अंधारगुंफेत माझ्याकडे अबोध अंध दगडी डोळ्यांनी
ती पाहात उभी आहे
अनाकलनीय
विसरून गेली आसमान गाजवणारे मनोरे
रात्रंदिवस बुरुजाशी वाळू प्रार्थणारे वारे
सुस्त वाळवंट.

मी ओळखून आहे अजून तिच्या टोचदार आंगठ्या
आठपदरी हारांची लोळतांनाची नक्षी
परततांनाची रेलघेवडी भीती
तिलाच बिलगून असलेल्या तेव्हाच्या त्या
दाट मध्ययुगातल्या बेहोश रात्री
त्या रात्रींना दुसरी कक्षा नव्हती तिच्याशिवाय
दुसऱ्या पहाटी नव्हत्या सुस्वर.

बाहूतलं लोखंड पिणारी गरतगौरी. तिचं
आता असं भयाकुळ दगडी पाहाणं
सगळंच विसरून जाणं
ह्या उभ्या जन्मांतरीची लिपीच विसरून जाणं
शिलालेखावरची. किती अद्भुत... आयुष्यासारखं.

❑

देखणी ७

७.

लामणदिव्याच्या उजेडात
कशी विणीत बसलीस वेणी
बोटांची लालचट पावलं दहा... अनवाणी
आणि अबंध अबंध केसांच्या वाटा...
हे व्याकुळे! किती धावशील?

केसांच्या कडेवरून घसरतात बोटांची पावलं
चवडेही शिणले बोटांचे सावरता सावरता तोल.
कशी गुंफू पाहतेस ह्या आकाशवेधी काळवाटांना!
दे सोडून. केसाकेसाच्या आकाशगंगा होऊ दे –
अग्निबाणासारखी कमान साधून
आकाशपाताळाची जळती लय हेरणाऱ्या काळगंगा
केसाकेसावर उडू दे त्या विश्वहृदयाच्या अनाकारबद्ध नाड्या
– आणि तुझ्या बोटांची पावलं... ते कंपचंदनी रक्तचवडे
ढवळत राहा ह्या नितळखोल केशसमुद्रातून
पावलांवर उडवून घेत
जलस्तंभाएवढे सरकणारे काळेभोर तरंग
गुणगुणत
लामणदिव्याभोवतीचे अभंग अभंग इंद्रधनुष्यांचे वाद्यवृंद.

❑

८.

झाड खुणेचे हरवुन बसलो पाहात
फांद्या धुंडत फिरलो रान. कोठे
दिसेनाच मधाचे पोळे. होती
धूळपाउलेच, होते सावल्यांचा फेर पाहाणेच.

झाड हरवले आणि
हत्ती झुलला तुझ्यापुढे
अंबारीवर डसले मोहळ
गुणगुण गेली हत्तीमागोमाग
हत्ती वळून वळून चालत गेला वाट
चुकला... पाउल पाउल सनईचा ठेका
सर्व्या रानात चुकले सूर
गेली अंबारी
गेली वाजतवाजत रानाआड पानाआड
डोळ्यांआड डोळ्यांतल्या पाण्याआड

चुकली बोटे ओळख पोरी, आता
माझे डोळे सोड.

❑

९.

पाठीशी भिंत तुझ्या, भिंतीवर
चिमण्यांचा खोपा, बाई
हलका आहे खांदा तोवर
घे भिंतीला पोतेरे, डोळे रिते पुन्हा गर्द नको
पुन्हा नको आसू.

सुख रांगून गेले, अजून घरभर
उगी पाळणा भरून हिंदळती लय आहे
आहे चिमणी चिमणी मागे, वेचील
दुपारदुपार उंबरठाभर निबोलकेपण खांबांचे
ते त्यांचे झाले, उभ्या भिंतीचे झाले.

डोळ्यांचा भार नको पदराला, बाई
तुझ्या पदराचे पोत टिको.

❑

१०.

झिमझिम उन्हे तिच्या दारी फांद्यांची
झुकलेली लाडीगोडी. भिनलेले हळदुन
चिंचफुलांनी अंतर. तिला
इवइवल्या पानांनी खुणावणारे क्षण.

तिची मनमुद्रा.
तिचे जडावले खांदे
एका हाताच्या फुगडीचे झिम्म्याचे
सामोरे पुन्हा तिला बंध तिचे, बांध तिचे
पोट हळू भरलेले पुन्हापुन्हाचे रिते
दिवस वाहते, ओघ रात्रीच्या डोहांनाही.

आज तिला फुटलेल्या फांद्या
फांद्यांची क्षणगुणगुण.

❏

११.

फुटले नव्हते
कुशीत पेरू म्हटलेले मन
नव्हती गर्भाच्या ओंजळीत इच्छा
नव्हते कळले कोकशास्त्र वाचून

तेव्हापासून
गात गवळणी तिच्या मनोमन
गरम चहाच्या कपात न्हालो
सिगारेटच्या ढगात चुरले
संग. भरले फुफ्फुस भरली खोली
धुंडले रूप आरसा अडवून डोळां
थोपटीत वस्त्रांत वासना
रांडीच्या मनखुर्द टाळिपरी
नाचविले नागव्या मनाशी
तिच्या छब्यांना.

फुटेल तेव्हा फुटो कूस तिज
मी गळत-ब्रह्मचर्याचा प्यासा
– अजून
तिसेक वर्षे पुरेल ताठा.

❑

१२.

रस्ते नवेनवेच... हेच यायचे होते
मेलडीचे पंख लावून मेलडी होऊन जाणे
इमारतींच्या कवेत विसावून जाणे

थाड थाड आपटणाऱ्या लाटा मनाबरहुकूम
हीच अंतरात जुळणारी झूम यायचीच होती

तरी... तरी... संवादसुखाने ओसंडावे
असे भिनणारे गर्व कधी नव्हतेच आधी आपले
इथेही नाही. या गुंजभर वेदनेच्या झरोक्यातून
दुःखाचे सोहळे पाहिले, गरोदरींच्या उरांवरचे हार पाहिले
एवढेच अपूर्णांकाचे दर्शन
शब्द खराच ठरेल असा शब्द देत
गावे बुडवीत त्रस्त आव्हाने स्वीकारीत.

अशा सावलीत चुकते गडे,
अजून मेलडीची चाल.
हवीहवीशी मी चाहूल घेणे सोडून देईन
विसरून जाईन बंद घरांची अनोळख्या इमारतींची

❏

देखणी १३

१३.

रंग पाहिले पोटातले   ऊब घेतली कुशीतली
हात उमटले गंधर्वाचे छातीआत पाठीमागून
शरीरात कोण? कोणात कोण?
गरवारीच्या आत जश्शी छोटीशी छोकरी
घागरीमध्ये पाण्यावरती चंद्राची सावली.

आईत आई एकट्याची एकट्याची
एकापेक्षा जास्त अंडी घालू नको मादीबाई
तुझा आहे सदा माझ्या बेंबीवरती धाक
आहेत माझ्या टाळूवर दोन गोल भोवरे
आणि तुझी धनरेषा फक्त माझ्या हातावर
सगळं तुझं. मात्र तुझ्या दुधावर
चुबुक् चुबुक् नको गर्दी माझ्याशिवाय.
तुझे स्तन माझे फक्त पिण्याचे.

❑

१४.

आपल्या वाटेने जाणारे दिवस
अधून मधून एखादा संध्याकाळी विचारतो
तो मूळ सुराशी जुळतो
दिवसांसकट वाटेसकट विचारण्यासकट त्या सुरासकट
हे सगळं एका वाक्यात सांगता येईल तर सांग.

आमचा बाप शेतं विकेल घरं विकेल पैसा विकेल
विकत घेणारे आहेत. पण असं किती तरी आहे माझ्यासुद्धा
जे उरेलच.

बापाशिवाय आई नाही आईशिवाय आपण नाही
आपल्याशिवाय काही नाही आहेशिवाय नाही नाही.

❏

१५.

बाकावर काही ढुंगणभर जागा असली की आपण संपलो
सगळंच सरळ गाडी सरळ रूळ सरळ
आपण लायब्रीत वाचलं ते सरळ सरळ
ओळी किती सरळ एकाखाली एक
पानं किती सरळ एकामागून एक
हमरस्त्यावरची रहदारीही रांगेत
जरा थुंकायला जागा सापडली की आपण संपलो.

मेंदूवर घाण आलीय आता जाईल जिरून मेंदूतच
बाकी रस्त्यावर इतक्या मुली सणक
सगळे पाहातात पण कोणी हात लावत नाही.
दिव्यांची बटणं संध्याकाळी दाबून
जाहिरातींची झकपक चालेना का रात्रभर
बाकी रात्री दिवे पाहिजेतच. म्हणजे
दिवसभर सूर्य असतो त्याचं कुणाला काहीच नाही.
दिव्यांची माळा रात्रीच्या छातीवर शोभते मात्र. हे सुंदर.
आता दोन स्टेशनं गेली की आपण संपलो.

❑

१६.

ते वर्ष होतं की कोळ्याचं जाळं
की सूर्यमालेला छेदून जाणारा प्रचंड धुमकेतू?
अधलेमधले दिवस रंगाऱ्याच्या दुकानापुढं
टांगलेल्या ओल्या कपड्यांसारखे
बाकीचे गादीपाटाच्या चौकटीसारखे.

ह्या गावात उतरलो तेव्हा जवळ
फक्त दोन चड्डया होत्या आणि दोन सदरे
आणि पुस्तकांच्या ट्रंका खोकं आणि चप्पल.

आकाशात ढगांनी स्वागत केलं
आणि लॉजमध्ये पन्नास रुपये लॉजिंग
पन्नास बोर्डिंग, खाडे नाहीत – म्हणून मॅनेजरनं

आणि एखाद्‌दिवशी उठून पाहावं तो
भक्कन् समोर पांढरा पडदाच
आणि दुपारभर उघडा राहिलेला दरवाजा
आणि डोक्यात सिनेमाचं म्यूझिक.

पुन्हा संध्याकाळ अस्तित्व हादरवून टाकणारी
खिडक्यांतून आकाशातले तेज पाहात पाहात अंधार
लख्कन् लागणारे नगरपालिकेचे दिवे, गजबजून रस्ते
दुकानं गल्लीबोळ.

वर्षभरात पत्रं आली चार पाच
उसने घेतलेले पैसे परत करा म्हणून.
मनिऑर्डरी केल्या तेवढं पोस्ट दिसलं.
अवतार धारण केला मी

परका नाही गावचाच आहे असा.
कपडे केले, मित्र केले पाचपंचवीस
आणि तेवढ्यात गाव सुटलं. नमस्कार.

स्वप्न होतं पडक्या किल्ल्याच्या गावाचं

❏

१७.

अंतराळाच्या मांडीवर खूर कोरून
सूर
जमिनीवरच चालत धुळीतून सरपटत
घर
दळतांना गातांना पहाट पीठ
पाठ
दहा वर्षांच्या गालांवरची टिंब घासून
निक्ष
नाटक नाटक पायावर रक्तावर केसांवर
मान
म्यान केलेले डोळ्यांबाहेरचे त्वचेबाहेरचे नाकाकानांबाहेरचे
हेर
मेलेल्या म्हशीचं कातडं सोलतांना
चाफा
मनमोर मोर कुठल्याही साडीवर
रंग
मनमोर मोर कुठल्याही छातीवर
बंद

रात्र
कुठलंही म्हणतांना गाणं कुठलंही सगर्भ गाणं म्हणतांना
हळू
गाणं ते गाणं ज्याला गळा आवाज
कडवाई

देखणी १९

शब्दांना सगळ्या आत्मनिष्ठ शिव्यांची
मीठाई
गा. रात्र. उराचं चिंतन हळू जसं वरखाली
किनारे
आत्मनिष्ठ उतारे जसं आपोआप खोदलेलं
पाप
आत्मनिष्ठ उरावर हलणारं भरजरी
तसं
सगळ्या आत्मनिष्ठ वस्तू : कुलूप, दिवा, शाई, पतंग, शब्द
गाशील ?
ढगाएवढ्याशा थेंबाच्या चालीनं अव्याहत
पहाड
म्हणशील त्याच हळू रुबायतीनं रक्तमासांच्या
झाड ?
सिग्रेटच्या जलदगतीनं पेरशील
हाड
नव्या बाळाचं कुशीत अंधाऱ्या — हा शेवट.

उरलेल्यांना मांस असू दे   जळतांना हाडांचे रक्षण
उरलेल्यांचे डोळे उघडे   मरतांना मिटण्याचे कारण

गाणे. माड. रस्ता. नदी. ऊर. जागा.
बसत नाहीत एकमेकींवर ह्या गोष्टी
स्त्रीपुरुषांसारख्या फिट्ट.

❏

१८.

हे लांब लांब रस्ते कधी जुने होत नाहीत की बदलत नाहीत
आणि अंधाराच्या ढिगाऱ्यावरून धावत जातात दिवस कायम
जिकडे पाहावं तिकडे तेच दिसेल असं नक्षत्र नाही, नाही
पृथ्वीलाही ठिकाणा भिरभिरून अंतराळात
तरी गुरुत्वाकर्षण नाहीसं करता येत नाही तिरडीवरसुद्धा

खुणा ठेवून संपत नाहीत चंद्रकोरी घराघरावर कललेल्या, की
सावल्या सोडून जात नाहीत झाडांना जन्मभर
लकाक्कन् उमटलेली टिकत नाहीत सूर्यबिंब
संध्याकाळपर्यंतसुद्धा गालावरची
घरात शिरून दारं बंद केली तरी डोळे मिटले तरी
आतली निगेटिव संपत नाही असतेच असते सदान्कदा
अंगाचा रंग बदलत नाही की हाताची अडगळ सुटत नाही
झोपेतसुद्धा

की त्यांच्याशिवायही आधी सकाळी असतात आमच्या
दाट आतासारख्याच ढगाळ झोपेच्या
की दुसऱ्या कुणाच्याही हाताला त्यांची शरीरं
इतकीच हलकी वाटतात घामाचा वास गोड वाटतो
की दुसऱ्या कुणापासूनही त्यांना तितकीच लाडकी पोरं होतात
की वासनेला दारं नाहीत, दरवाजे नाहीत, आहेत भुयारं तळघरं
की चाफ्याला अंगावरच फुलं फुटतात तसं त्यांच्याजवळ काही नाही
आमच्याजवळ तरी कुठे आहे. आहे जुनं धुऊन स्वच्छ राखलेलं
कमीजास्त केसांचं कातडं.
नेहमी तडा जाऊन पुन्हा भिजणारी माती आपली नाही
की चेहरे कधी कधी लक्षात राहातच नाहीत अस्पष्ट राहातात जन्मभर
की त्यांना जवळ घेतांना कितीतरी गोष्टी जवळ घ्याव्या लागतात

लपेटून सापासारख्या किंवा शिरून भविष्यकाळातल्या अरण्यात
सुरक्षित भिंतीचं वचन द्यावं लागतं त्यांच्या कुडीला
घराचा मध्यबिंदु मान्य करून वर्तुळ आखून जन्माचं
आहे तोपर्यंत.

त्याच त्याच पुन्हा वैरी झालेल्या रस्त्यांची सोबत
ढिगासारख्या रोज दारात वाट पाहणाऱ्या अंधाराची. प्रिय रस्ते! प्रिय अंधार!
आणि अंधाराला गिरक्या घालून दाराआड बसणाऱ्या रातकिड्यांची
आणि नियमित वळणांची आणि पायांची आणि हॉटेलं बिलं पानांची
                              दुकानं पिचकाऱ्या. प्रिय तंबाखू!
आणि आकाशाला चिमटत राहाणारी टायरची जाहिरात. प्रिय जाहिराती!
निमूटपणे असतात बसतात चालू लागतात दिवस अजून
एखादा दिवस नागासारखा फणा उभारील आणि उभा राहील समोर
म्हणून या चंद्रकोरी नीट लक्षात ठेव
पुन्हा कधीतरी आठवतील तुला.

मान फिरवली आणि जाण्यायेण्याचे रस्ते टाळले
गावं सोडली
तरी मोकळे होणार नाहीत
तरीसुद्धा रस्ते. विचित्र असतात रस्ते विचित्र असतात
घडणाऱ्या गोष्टी. खोट्या असतात पापण्या
माहीत नसतं काहीच माहीत नसतं की
सांगता येत नाही काही सगळंच नंतरसुद्धा
आणि खणूनही टाकता येत नाही हे सगळं

जिथे पाय टाकला तिथे भिंत उभी राहिली
चांगलं म्हटलं ते वाईट निघालं आणि वाईट काही नव्हतंच
ज्याला जे म्हटलं ते चुकीचंच होतं
नको ते मिळत गेलं आणि हवं ते चुकत गेलं

काय म्हटलं माहीत नाही काय राहिलं माहीत नाही
माहीत नाही कुणासाठी कशासाठी पुढेमागे अवतीभोवती
काही नाही. नकाशासारखी मागची गावं. घरं. रस्ते.
मागचं हे इतकं सगळं आणि आकाशासारखं फटफटीत
पुढचं आयुष्य. काही हरवलं नाही काही सापडणार नाही
सावरून ठेवलं फक्त सहा फुटांचं शरीर.

थंडीत कुडकुडत तंबोऱ्यावर गारठलेली बोटं फिरवत
कळवळून गाणाऱ्या भिकाऱ्याच्या चेहऱ्यावर आणि
त्याचा एक हात खांद्यावर घेऊन निर्विकार उभ्या पोरीच्या
सुकलेल्या गालफडांवर सगळ्या कलांचा बोळा करून ओवाळला
सगळे धर्म सगळी मूल्यं तंबाखूच्या पिचकारीत थुंकली.

थकून गेले विचार पुढचं मागचं काही आवडीचं पाहता पाहता
सगळं तात्पुरतं, वेगळं आणि चांदण्यासारखं उन्हासारखं
पुन्हा जवळ येऊन नाहीसं होणारं
हे आपलं नशीब आहे. एकेकाच्या आत
असं रसायन असतं, बाहेरची हवा लागली
की त्याचा भडका होतो. नाइलाज नाइलाज.
कधीच कळलं नाही कशाकरता कशाकरता हे सगळं
सगळ्या गोष्टी अवेळी घडणाऱ्या
म्हणून सगळेजण खेकसत आलो पूर्वीपासून कशावर तरी
गेले बिचारे
दुसरं काहीच नाही कुठे ह्या कोलाहलाशिवाय.

जे काही केलं त्याचा तमाशा झाला
आणि तमाशा केला तेव्हा लोक ओ हो! ओ हो! म्हणाले.
ऐसा क्यूं ऐसा क्यूं सैगलनं आधीच विचारून ठेवलं
कधीच कळलं नाही.

देखणी   २३

संध्याकाळी गावात फटका मारला कित्येक महिन्यांनी
हजार माणसं समोरून येऊन मागे गेली पण
एकही ओळखीचा नाही, ओळखीचे लोक दुसऱ्या गावीच राहिले
आता मीच कुणाच्या ओळखीचा नाही
गावं गजबजून उठतात सगळी एकदम
आणि ह्या रस्त्यावरही धरणीकंप जाणवतो
आरसे उलटेसुलटे डोक्यात फिरतात
ह्या तडतडणाऱ्या रस्त्यावर
हेही गाव असंच गजबजेल पुढे दुसऱ्या गावी
एकाच जन्मात पुनर्जन्म भोगण्याचं अद्भुत सुख
सगळ्या गोष्टींचा बरेवाईटपणा सुटतो, लहानमोठेपणा सुटतो
तरी पण आता हे कुरवाळून घे पुन्हा पुन्हा
थोड्याशा गोड गोष्टी तुझ्याशिवायही ह्या राहातील इथे
पण तुझ्याकरता आता आहेत ह्या. प्रिय गोष्टी.
विसरू नकोस स्मरण आहे तुझ्यात तोपर्यंत तरी
त्यानंतरचं तुला कोणी विचारत नाही. तोपर्यंतचंच.
आपण गेल्यानंतरसुद्धा आपल्या प्रिय गोष्टी इथेच राहतात
हेही काय कमी आहे?

त्यानंतर एकाएकी
कुणीतरी कुणासाठीतरी बांधलेला मुकबरा दिमाखात हसला
जणू आपल्यासाठी कुणी तरी आधीच बांधून ठेवला होता
नाहीतर आपण कुठे काय स्मारकं बांधणार कुणाची?
आणि कशाकशाची बांधणार आणि कुठे बांधणार?

मांसाच्या दिशाशून्य आवरणात गुंडाळलेल्या तुझ्या बाळाला
शिकवून ठेव पोटातलं कोट्यवधी पिढ्यांचं नातं
तो जन्मतांना तुला कमी वेणा होवो
सगळे अवयव नीट असो आतले बाहेरचे
तंबाखू खाण्यासाठी मजबूत दात असो जगावर थुंकण्यासाठी
सिगरेटसाठी मजबूत फुफ्फुसं आणि दारूसाठी पक्की लिव्हर

बुद्धी असो अपयशाचे फटके सोसण्याइतकी
समज असो वडीलधारे सहन करण्याइतकी
पौरुष असो बायको नांदवण्याइतकं

नाही तर निरर्थक आहेत कित्येक जन्म सगळीकडे ह्यांवाचून
निरर्थक नसो बाळाची नाळ
बाहेर काळ मोठा कठीण आहे.

दुःखाचा अंकुश असो सदा मनावर
हलाहल पचवल्याबद्दल माथ्यावर चंद्र असो
चांगली माणसं मोजण्यासाठी हाताला हजार बोटं असोत
लक्षात राहात नाहीत बिचारी. त्यांना दीर्घायुष्य लाभो
ते चुलीपुढे बसून ताटात वाढलेलं मुकाट्यानं खातात
त्यांचे सदरे फाटके असतात आणि मुडपून टीप घातलेली असते
धोतराला कुठेतरी — खिन्न असतात नेहमी नेहमी झोपेतसुद्धा
ते कधी स्वतःचं अस्तित्व जाणवून देत नाहीत खंगलेले असतात
ते मनातच पिटाळून लावतात रानडुकरांएवढे विचारांचे कळप
शेवटचे राजे असतात बुरुजावरून खिन्नपणे क्षितिज न्याहाळत,
पागेतल्या म्हाताऱ्या घोडदळाची फुरफुर ऐकत
किंवा ते कधी समोरून जातांना दिसत नाहीत पण नंतर पाठमोरे
दिसतात.
झोपलेले असतांना किती बिचारे दिसतात
पोरांना सडकेच्या काठावर ठेवून खडीडांबर टाकत असतात
किंवा कुणी काहीही म्हटलं तरी ते हो हो म्हणतात.

पुन्हा तसेच रस्ते झाडांच्या सावल्यांच्या हलत्या फुग्यांमधले
ऐषआरामी.

इथपर्यंत सोपं असतं, ह्यानंतर काहीच घडत नाही
जरी सगळा दिवस ह्या एका आसाभोवती फिरत राहतो करकरत
आणि ह्या आसाला काही गती नाही, ते तुलासुद्धा माहीत नाही.
हिंदी सिनेमातल्या गाण्यांनीही आधीच सांगून टाकलं आहे ते सगळं

किती तरी गोष्टी सांगण्यासारख्या कधीच सांगितल्या नाहीत
पुन्हा कधी सांगणे नाही. पुन्हा त्यामुळे
सगळे दिवस वाया गेले आधीचे नंतरचे
नाही तर ही कविता पुरी केली असती इथेच.

हे ढग पाहून ठेव गर्द फिके निळे जांभळे लहान मोठे
असेच असतात दुःखांचे समुदाय गर्दी करणारे
डोकं भरून आपल्या कपाळाआत.
कधी बरसतात रात्री बेरात्री दिवसा ढवळ्या अंधारून
आणि बाहेरचे लोक आपल्या चेहऱ्याकडे फक्त पाहात असतात.
हे मणामणांचं ओझं वाहात असतो आपण डोक्यात आपल्या
मानेवर. तरी मान मोडत नाही असा आपला
जन्म. झोपलो तरी पुन्हा तरंगत असतात कपाळामागे गरजत
असतात डोकं भरून, हेही काय डोकं!
आणि पहाटे विटकुरासारखे अंथरुणावर पडून डोळे उघडतो
आपण पायावर उभे राहून ह्याच्यासकट घेतो डोकं मानेवर

तुझा माथा निरभ्र आहे नव्हेम्बरडिसेम्बरसारखा
पण तरी हे ढग पाहून ठेव.

किती उत्साही सकाळ झाडांवर उन्हं हवेवर पक्षी
रेडिओवर आदमचा कलाम म्हणणारी मलिका पुखराज
तोंडात पान मनात निर्विचार दिवसाकाठी मोकळा डांबरी रस्ता
वडांखालचा

पांढरेकाळे ढग एकमेकांत मिसळून गेले
जुनं आकाश नव्या पावसानं भिजून धुतलं गेलं
नवं गवत उगवलं पालवीवरची धूळ धुतली गेली.
रस्ते काळेस्वच्छ झाले आणि हवेत प्रकाश
शिरला दिवसभर झगमगता
आकाशात लांब लांब पांढरे पट्टे अदृश्य सूर्याचे.

बांधून झालेल्या भिंतीतून काय पाहत असतो शोधून कुणास ठाऊक
असं काही तरी असतंच ह्या जन्मी जे मिळत नाही

आतून बाहेरून सुरुंग पेरलेले असतात घराच्या भिंतींना
बाहू पिचतात कुठेही मजबुती नसते अंथरुणाबाहेर

आम्हाला अपघात होवो तडकाफडकी मरण येवो
हात नसो पाय नसो शिर नसो नुस्तं धड स्वस्थ धुगधुगतं

पुस्तक लिहिलं तर चांगला प्रकाशक लाभो

रात्री रात्री नसतात दिवस दिवस नसतात
असतात सगळे आवाज बिनखुणांचे

अंगावरचे कपडे कपडे नसतात.

❑

१९.

त्रिखंडाला लगाम घालून स्वार होणाऱ्या अरबी तुमानी
हिंदुभूमीच्या कर्कवृत्तावर वाळत घातल्या गंगेत धुऊन
ठुमऱ्या गझला गात विटक्या होउन फाटल्या

भक्कम स्थिरावून ठेवलेल्या उंच मशिदींच्या गिर्रेबाज घुमटांवर
गिरकी घेऊन मऊ होणाऱ्या हिंदवी वाऱ्यांना कोणी चाहता नाही
दिमाखात हिंदुभूमीच्या पोटावर खूर रोवून बसलेल्या इराणी मनोऱ्यांना
उलथून टाकले तर सावरायला शहेनशहा नाही

डबेऽ छातेऽ दुरूस्त करून लटांबर पोसणाऱ्या
किरट्या छात्यांत गुदमरणाऱ्या रुहूल कुराणाला कुबड्या नाहीत

बहुमताचा धूर ओकू लागली हिंदुमहासागरातली बेटं तर
हजार वर्षांच्या इतिहासाची सुरळी होऊन शिरू पाहाते काजीमुल्लांच्या
तुमानीत
गल्लीबाजारात मोकाटणाऱ्या मरतुकड्या गायींच्या
नुस्त्या हुंबरण्यानं कोलमडतात
अल्पसंख्यांक अरबी घोडे खिंकाळत गावोगाव

आणि तोफखाने चालवीत दख्खन बेचिराख करून
मोहल्ले पक्के रोवून बसलेला मुसलमान हाज उकरीत बसतो —
शिल्लक सांभाळीत जळक्या शेवचिवड्याच्या परातीत
त्याच्या दुकानात विस्तव फक्त धुमसती राख
बंबाशिवाय विझलेली. मागचं उद्ध्वस्त दुकान
करंट्या इतिहासाचं आठ शतकांच्या
न किसी की आँख का नूर हूँ म्हणत पंचनाम्याचा वैताग सोसत.

❑

२०.

सहजासहजी अंगावरचे डाग मनावर टिपून घेतले
परकेपणाच्या ठेचा लागल्या   तेव्हा खुणा पुसून गोरामोरा घरात शिरलो

वर्षंच्या वर्षं स्फुरणारे इच्छांचे वेध
कोंडले डोक्यातच वेटाळी करून

आरशे जुन्या घरातल्या भिंतींनी भेट दिले पूर्वीपासूनचे
त्यांचा पारा उडून गेला   तरी ठेवून दिल्या काचा म्हणून
म्हणून दुसऱ्या कुणाच्या आरशात तोंड घेतलं पाहून   दिसेल तेव्हा

पेशी ठेवून घेतल्या आईकडच्या बापाकडच्या
टाकायच्या तिथे टाकल्या सगळे नीतिनियम पाळून

जमेल तितकी बंधनं तोडली राहतील तेवढी मानली
खंत वाटणाऱ्या गोष्टींचा दररोज ताळेबंद केला
शरीर ह्या भांडवलाचा व्यापार केला   नोकरीत बुद्धी दरमहा गहाण ठेवून

अपयशाला थोर मानलं यश पाहून थुंकलो
तरी टमरेलभर फायद्यानं गांड धुवून घेतली यशस्वी

चपट्या इच्छांच्या बुडांतून भविष्य पाहिलं विनाकार
रात्री जागून सकाळी पाहिल्या दिवस झोपून संध्याकाळी पाहिल्या
कशात काही फरक नव्हता   नुस्ती नावंच नावं शिकलो
तरी बोललो अर्थ गुंडाळून

कोणी कबूल करेल असे पुरावे कधी नव्हते
म्हणून निव्वळ कबूल करणाऱ्यांशी कळप केले आयते.

❑

२१. भगताची वही

साकी : *अरे हत्ती आला मस्ती   साकळदंडानं माने नाऽ*
त्याले आंकोशाचं काम धडाक्यानं खाले आलाऽ होऽ

झिरमिरी रे बरसो मेहू ह्या झाडाचं कळकीलं देहू
नातं नाही तोडू मातीचं मातीचं माह्या देवा
उगोयला रे कोंब लाडानं लाडानं दारी तुह्या
घाल मांडव सुकू नको दीऊ नको कुडीले पीडा लावू, होऽ मुंज्या
(अरे बोल भाई बोल)

कुराडीचा रे घाव मान तोलू ना तोलू ना माह्या बाप्पा
तुहं शेंदूर माथा लागो वाजो हातावर काकनं घरी
कप्पायाले रे कुंकू वझं नाय नाय वातीले ज्योती भारी
अरे दार ना घराचं लागो लागो ना कावरं संताना, होऽ मुंज्या
(अरे बोल बोल बोल)

अरे उसात साकर भरू दे भरू घागर दह्यादूधानं
भल्याबुऱ्याचा मानकरी तू हो तू ह्या जीवाचा ताबेदार
भ्याव राहू दे तुह्या नावाचं ह्या नावाचं काय गाऊ नवल
फिरंल रानंवनं तुह्या बळानं ह्या बळानं तरंल समुंदर, होऽ मुंज्या
(अरे वा भाई वा)

अरे वारा भरून बेंबीत बेंबीत गातो भगत, होऽ मुंज्या
घुंगराच्या रे काठीवर नाचतो र नाचतो घुमवुन पावा, होऽ मुंज्या
तुह्या नावानं भारतो बेडी बेडी हे भारली, होऽ मुंज्या
अरे तुह्या धाकानं घातली पायी पाय भुईवरी उभे तोवरी, होऽ मुंज्या
(अरे वा वा वा)

❑

२२. कवि लोक

मधमाशांसारखे जमलो आम्ही मधमाशांसारखे उडवले गेलो
कामकरी हेल घालून मोहोळावर बसलो की धूर धडाधडा चूड गळलो
लोळचे लोळ जोहार करे तो आम्ही सहदाचे गोळे तुटलो
उरलेलो पुन्हा एकत्र येत गेलो परस्परांच्या आक्रोशाकडे धावलो

दुसरीकडे पुन्हा बेवारस लटकलो उलटे आढ्यावर बळंबळं
पुन्हापुन्हा फेकले गेलो मागे टाकत जुनं हिरीरीनं बांधत नवं पोळं
पोटातून नवं मेण उत्पादून षट्कोन रचत गेलो आतलंच तर होतं सगळं
घोंघावत आलो चलबिचल निजलो जबरदस्ती पेलत बुळं प्रेम आंधळं

अदृश्य समाजाचं साकडं सांभाळत उरात मधुर उषःकाल बाळगत लटकणं
एवढ्या मोठ्या व्यवस्थेत कुणाच्या नशिबी सुस्त नर कोणाच्या नशिबी मादी
होणं ?
पहिल्या सूर्यकिरणात सहस्रमुखी गुणगुणणं जीव पंखावर घेऊन कणकण
घेऊन येणं

रंजन की बोध कलावाद जीवनवाद देशीविदेशी हिशेबी नव्हते कुठलेच वाद
क्रांतीच्या थोरवीच्या पावत्या खोट्या होत्या. खरा होता तो फुलाहारी माद
कोणत्या राणीमादीखातर हेही माहीत नव्हतं जैविक व्यवहारप्राप्त रोजचा जेहाद

❑

२३. ताईबाईच्या नावानं

दुसऱ्याच्या संगतीला तू सदा उदास केलं
सोडल्यापासून उरल्या सगळ्या गोष्टींना परकं केलं
उभ्या जन्माचा दावा केला इटीमिटी.

आपण आत नाही अशी वर्दी देत स्वतःच्या आवाजात हाका मारत
चाळीस वर्षं कधी न दिसता मला पिसं केलं
घराखाली भुयारं खणत तळघरात चकवे कोरून दडलीस
की केव्हाही मला हादरे देत तुला लपून राहाता यावं

भुईकंपातले आक्रोश ढिगाऱ्याबाहेर ऐकू येऊ नये असं केव्हा गाडलं
मला दुसऱ्या कशाचा आधार घेता येणार नाही असं चिणून टाकलं
तरी मी तुझं मंतरलेलं लिंबू पायता लावून ठेवलं
असं नेहमी होत आलं की सगळ्या गोष्टींचं मसण झालं

जीवघेण्या कड्याच्या काठाकाठानं कडेलोट न करता ढकलत नेलं
पायाखालची जमीन कधी लागूच नये असं दोरावर पाय चालणं आलं
तुझ्या प्रेमाचा फास लावून लोंबकळत राहाणं आलं, स्वतःशी खिळून
जंगलवजा चित्त्याचं पिंजऱ्यातलं येरझारणं डोळ्यातल्या टिकेत रेडिअम
स्थिर ठेवून

धूडकापलं बैलाचं मुंडकं सताड डोळ्यांनी पाहातं स्वतःचं पायझटकतं शरीर
तसं अंथरुणावर थिजून अंधारात आतलं जाणवणं मढं झालं
उस्ताशी ठेवलेलं संज्ञांचं जाळं पेहरून उठावं धडपडून तर पुन्हा
तीच वेदनांची वाघळं टांगून माझ्या वर तू ज्यांना राहावा दिलेला

तुलाच डाव देत लपंडाव खेळणं तुझाच वसा घेत राज्य करणं
तुझी भातुकली सांभाळणं तू छोट्याछोट्या गाडग्यांत खोटंखोटं वाढलेलं
खोटं खोटं खाणं

जगण्याच्या निबिड सन्नाट्यात फक्त तुझी गुरगुर ऐकणं आलं
खोल जखमेच्या पातळ खपलीवर भुणभुणत्या गिरक्यांचा वारा घेणं

सृष्टीनं तडीपार केलेला तुझा जीव दडून आहे माझ्यात सुरक्षित
तो उसळून धुसफुसून असा सगळ्या धमन्या हिंडून परत
पुन्हा हृदयात वेटोळी करून बसतो तेव्हाची ऊब पडताळून
ह्या हिंस्र सुस्तीनं मी धडधडत राहतो आतून

कितीदा फोडून येऊ मी तुझ्यापर्यंत ही टेकाडाएवढी वारुळं?
किती दिवस वाहू पखाली तुझ्या रांजणासाठी?
किती दिवस फोडू तुझ्या ओट्यासाठी दगडं?
किती तुझं सत्पण, तू जित्या झाडा आग लावली
हाक मारून खाक केलं, जगतो तितकी हयात देणं लागतो असं केलं
बाये, तुझं रीण फेडल्याशिवाय ह्या जन्मी सुटका नाही

घूम रे भगता, ताईबाईच्या नावानं —
गाव सोडलं नाव सोडलं तुझ्या नावानं ठाव सोडलं गे
तुझ्या नावानं ठावं सोडलं

घेणं टाकलं लेणं टाकलं तुझ्या ध्यासानं गाणं टाकलं गे
तुझ्या ध्यासानं गाणं टाकलं

वाण घेतलं जाणं घेतलं तुझ्या धाकानं रान घेतलं गे
तुझ्या धाकानं हे रान घेतलं

❑

२४. आजी

आजी तुझ्या ओच्यात तोंड खुपसून ओक्साबोक्सी रडणारं माझं लहानपण
तुझ्याबरोबर सृष्टीआड झालं. गेलं माझ्या आयुष्याचं केंद्र, माझं मर्म
तुझ्या पदराखाली झाकून ठेवलेलं. आता हे उरल्या आयुष्याचं रिंगण
मी किती दिवस वाहू? तुझी दीर्घायुषी आनुवंशिकता सांभाळत
वार्धक्याच्या क्रूर भीतीची ही विसर्जनपूर्व खाट
माझ्या पाठीवर किती दिवस घेऊन फिरू?

कवठाचा मधुर वास दिवसभर ओटीत सांभाळून माझ्यासाठी आणलेल्या
आयुष्याच्या दुखऱ्या जखमांभोवतून फिरत राहिलेला तुझा कष्टी हात
माझ्या वेळी सुईण तूच होतीस तूच माझ्या तोंडात पहिला श्वास भरून
ह्या आयुष्याचं शिंग फुंकलं. सटी घातली कान टोचले बाशिंग बांधलं
भाजलेल्या पायावर तुझ्या तळहाताची फुंकर टाळूवरच्या जखमेवर
आसवांची पाखर
तुझे अघोरी उपचार तापल्या पळीचे चर्रर डाग, उसळत्या ऊरफुट्या
किंचाळीवर
तुझ्या निव्वळ करुणेचा वारा घालत फडफडणारा प्रदीर्घ पंख.

नव्वद वर्षांच्या तुला माझ्याकडे टाकून गेले आईबाप, म्हणत –
मेली तर इकडेच जाळून टाक कळवूसुद्धा नको. तू म्हणालीस –
ठेवसान तथी राहीन, मरेन तोवर जगेन. ते एक वर्ष तू माझी पाठीराखी झालीस
अभ्यासाच्या खुर्चीमागे माझ्या उभ्या पाठदुखीला आडवा आधार तुझी खाट
अमृतांजनचा वास आणि विठ्ठलाचा घोष किरकिरे पाठपोट रातदिवस
प्रसंगोपात्त ओव्या – *असं सासर द्वाड बाई कोंडून मारीलं,*
लेकी तुह्या माहेरपणासाठी मी हे सासर सोशीलं
नव्वद पावसाळ्याचं उत्खनन मृत्यूच्या प्रदेशात गेलेले पिढ्यांचे नकाशे

लेकी जावई नातवंडं सासूसासरे नणंदाजावा आजेपणजे जे जे गेले ते ते
तू तुझं आयुष्य जगत होतीस मी माझं – एकाच स्थळकाळात
ते माझेही कडू दिवस होते अपमानाचे ठोकरांचे टकरांचे जखमांचे
चळवळीचे तत्त्वाचे जिद्दीचे संसाराचा दोर वळण्याचे
पगाराच्या ताळ्यात झोप न येण्याचे पुढे पाहाण्याचे जागरणांचे.

आजी, तुला मी दुसरं काहीच देऊ शकलो नाही –
ऐकवली फक्त माझ्याबरोबर फिल्मी गीतं लोकगीतं जगभराच्या रेकॉर्डी टेप
कूट चर्चा संशोधनाच्या साहित्याच्या. दिली जेवणं आधार आसरा
भिंत धरून चालता चालता हात फिरवू दिला डोक्यावरून रडवा
खोडाचा पालवीला स्पर्श, आणि शेवटी पुरवला हट्ट घरी परत जाण्याचा
आंधळ्या हातांनी रोज तयारी करत होतीस,
महिनाभर लांबवत शेवटी मेटाकुटीनं पोचवलं
लहानपणी तू मला तसं मी तुला कडेवर घेत घरी.
पुन्हा भेटणं जमलं नाही कारकुनानं फोन आलेला कळवला,
आप की ग्रॅण्डमदर गुजर गयी कल शाम, बहुत याद कर रही थी बोले हैं.

आजी, तू मेलीस तेव्हा कोणी रडलं नाही कोणाचा गळा भरून आला नाही
दिसली तुझी तुटकी खाट परकर चोळ्या जस्ताची ताटली
जिच्यातली पोळी मांजराची पिलं ओढून खायची बिनधास्त
आणि गोखल्यात अनेक वर्षांच्या वैधव्याला साजेशी दाततुटकी लाकडी फणी
जिच्यातले न निघणारे शुभ्र धवल केस माझ्या बोटांना घट्ट बिलगले.

आजी, एक्क्याण्णव वर्षांची तुझी गोवरी गेली राख होऊन आमच्या भडाड
                              कुटुंबाच्या भानचुलीत
तुझा तळतळाट लागो माझ्या अपेशी कपाळाला जे वेळोवेळी जीवघेण्या क्षुद्र
                              मोहिमांपूर्वी
तुझ्या कष्टकरी पायांवर ठेवून ठेवून जी मी झिजवली मागत यश
जे तुला कधीच दिसलं नाही आणि हयाती राहो – एवढाच तुझा वर
जो मला मिळाला पण ज्याचं मोल हयातभर कळलं नाही.

❑

देखणी ३५

२५. आत्महत्यारी

पंख्याचं स्तब्ध त्रिकोणी छत्र खाली दोरीचा ताण सरळ कण्याशी
फासाच्या यशस्वी गाठीखाली नाजूक मान गळा मासोळी लोंबकळती कुमारी
मरणावरचा ताठ उभा हक्क तंतोतंत खरा करता शरीराचा ओळंबा
अमानुष झंझावातानं छातीवर पराजित कलथला माथा

सागवानी आधाराचं निसटतं वचन देऊन फसलं लंपट टेबल लोभस पावलांना
आता जाड कापड पांघरून घेतं कानोसा स्पर्शत्या दगाबाज गुडघ्यांचा
लुच्चेगिरी करून ह्या सोद्यानं आपल्यावर ही तोहमत लटकवल्यानं गांगरलं छत
हा वहीम भिंतीकडे ढकलतं त्या चाऱ्ही एकमेकींना कोपऱ्यांनी ढकलत स्तब्ध

टाइलांपासून पावलांपर्यंतचं बेवारस अंतर अनाठायी संभ्रमात जीवघेण्या
हातांच्या घट्ट मुठ्ठी जिवावर उदार होत्सात्या
पेलली ज्यांनी गळ्यावरची तडफड लढवला कंठाशी क्रूर धुमाकूळ
निभावत आटोकाट आत्मभानाच्या पोळीसाठी खुनशी इच्छाशक्तीचा सूळ

पाहिजे कशाला पोरी, हे श्वास आणि उच्छ्वास, सूर्यास्त आणि सूर्योदय,
उन्हाळे आणि पावसाळे?
एकापाठोपाठ एक ह्या आक्राळविक्राळ सृष्टीची डायल कशाला पाहिजे गे?
आपलं कुणी नसेल ह्या अपव्ययात तर काय लावा त्याचा शरीराशी अन्वयार्थ?
म्हटलं तर सोपं म्हटलं तर बाकं असं हे आपलं मर्त्यत्व — जगण्याचा मुख्यार्थ

हारत गेलो तरी अखंड इरेनं खेळत राहाणं बरं, बिचारे,
जगण्याच्या ह्या खेळात पराकोटीची पैज जगण्याचीच असते
तू जगण्याचं आत्मिक सार्वभौमत्व पुकारून सिद्ध करू गेलीस पोरी, पण
आता पंचनामी चिरफाडीला शोधू दे तुझ्या जैविक पराभवाचं मूठभर कारण.

❑

२६. स्थलांतराचे गाणे

कसे धडाधड कोसळले इमारतींचे रस्त्यांचे झाडांचे वर्षानुवर्षे जोपासलेले
मनमुराद आकार
लाव्हाच्छादित पठारमाथ्यांच्या ठिकाणी उफाळला दर्या, ठाक पर्वतमाळांच्या
कड्यांवर उधाणल्या भरत्या
शिखररेषांचे झाले चक्री आवर्त, टेकड्यांच्या जबर स्थिर मंद उतारांवर
उसळल्या कोलमडत्या अस्थिर लाटा, अनावृत्त दऱ्यांच्या मुलायम घाटांवर
कोसळले आकांती धबधबे
खांदाडं खचदऱ्या सुळके शिलाखंड भुगारले झाले वाळूचे दांडे
अरण्याच्छादित भूशिरं
ठुसक्या बोरीबाभळींच्या काटेरी जाळ्यांच्या ठिकाणी गगनझेपी शिसू माड
आदम घोडक.

भिरभिरून उडाली कबुतरं एका डेरेदार तुझ्या दुपारभोवती
थरथरले तुझ्या रस्त्यांखालचे मकादम माझ्या पायाशी
दिवंगत मित्रांनी स्मशानाकबरींतून बाहेर काढल्या भुजा मिठी मारायला
तुझ्या एकवीस वर्षांच्या जुन्या निळ्याभोर आकाशात एकमेकांना छेदून गेले
बगळ्यांचे आणि कावळ्यांचे थवे उलटेसुलटे अनाकलनीय पंखरेषांच्या
चित्रांकृतींत.

प्रियकराला तू अप्रिय करतेस प्रिये, बिलगणाऱ्याला विलग
तू तशी होणार असशील तर मीही असा होऊ दे
तुझे प्रतल अंतस्तर मला दडपू लागले तर माझ्या बरगड्या मला जपू दे
तुझी सरहद्द तू दाखवलीस तिथून माझ्या पायवाटा तर फुटू दे
तुझ्या बाजूने भरधाव वाढते किलोमीटरांचे आकडे माझ्या बाजूने कमी कमी
होऊ दे

हेही तुला न खपेल तर तेही मला सोडू दे
तेही तुला न चालेल तर आणखी काही मला चालू दे
निरंतर आहे अवकाश गडे, अधिक उभार आहेत अन्य प्रदेश
तुला मी सगळं काही देऊन चुकलो तरी पाय दिले नव्हते, ते बरं झालं
तुझी शीव तुला सलामत राहो शाबूत राहो तुझे बुलंद तट मध्ययुगीन खंदक
ते ओलांडायला माझे पाय समर्थ आहेत.

देवगिरीनं घातली लाथ गिरगिरलो पश्चिम घाटावरून फोंड्याखाली
पडता पडता सह्याद्रीवर चंद्रकोर छातीला अडकून जखम करून गेली
तीन हजार फूट जाड ढग झेपावले धवलगर्द माझ्याखाली दाट पसरत
शुभ्रदाट अभ्राच्या गिर्द्यांत गोव्याच्या हिरव्या डोंगरांनी फुटबॉलसारखं
माथ्यावर अडवलं
अरबी समुद्रानं उचंबळून अलगद झेललं माडांच्या इगर्जांच्या
डोक्याडोक्यावरून
सुशागाद लाटांनी कमरेपर्यंत पाण्यानं झाकलेल्या तांबड्या मातीवर सोडलं
मराठीनं कोललं कोकणीनं झेललं, माय मरो मावशी वाचो — म्हणताच
तुडुंब नद्या हेलावल्या. *ओ सायबा वाट दाखोय, माका सायबा वाट कळोना.*
तरंगत पसरलो समुद्रफेसातून बुडून जिरत किनाऱ्याकिनाऱ्यानं
भरतीच्या तडाख्यांवर फेकलो गेलो पुन्हा पुन्हा रेतीतून झिरपत
उरलो तितका पुन्हा पुरलो जड होत तळाशी गेलो नेणता होऊन वर आलो
अंतरातली जुनी भूमीदृश्यं पुसत गेलो फेस्ता मनोयत गजाली करत
एक वार नेरे तारया माका पावय पैलतडी रे माका पावय पैलतडी
फेणी लागली गिळू यकृत पोळून चढली मस्ती झालो वळू
बाटलीतलं पिशाच्च होऊन बूच लावलं स्वतःवर
तंबाखूच्या धुरात न्हाइसा झालो संपलो निव्वळ डोळे राहिले किनाऱ्यावर.

तरी अचानक माझ्या सताड डोळ्यांमध्ये तुझ्या रानटी तळ्यांची
झगझगीत प्रतिबिंबं लकाकू लागतात तेव्हाची, आणि
तुझ्या जबर डोंगरांच्या गवताळी आयाळी
माझ्या टाचांना माना घासू लागतात. तुझी तेव्हाची माळरानं

३८ देखणी

माझ्या गुडघ्यांमांड्यांवर नख्या लावत चढत येतात शेपट्या उभारत
घुरघुरून माझ्यावरचा ओरखड्यांचा हक्क प्रस्थापित करू लागतात.
ह्या विचित्र क्रूर प्रीतीची चाहूल लागताच इथलं नितळनिळं मळभ धुकारतं
प्रचंड क्रुद्ध माड संथ फाटक्या झावळ्या पिंजारून घुमू लागतात
समुद्रमुखी गंभीर नद्या भरतीला पाठ रेटून तुंबू लागतात
लाटा फुगून धुसफुसतात पुढेमागे सरकत किनाऱ्याशी उलट्यासुलट्या लोळत
फुटत राहातात त्वेषानं. अपरंपार सागरी तटमंचावर उलथापालथ होते
वादळं सोसाटू लागतात गाज घोंघावू लागते चोहोकडून.

ही सनातन गाज मला कानांतून अंतर्बाह्य दाबून टाकू पाहाते
असूं असूं म्हणत लाटांचे तडाखे उरावर घेत गटांगळ्या खात
शंकवासारखा निपचित पडून जाऊ देतो मी भराभर सबंध जगण्याखालची
वाळूची दांडी पाण्याखाली
तेव्हा उंच स्वरांत माडांचं समूहगान सुरू होतं :

"पाहा! पाहा! कशा दुर्दैवाच्या पिसाट लाटा एकामागून एक उसळून येताहेत
हे कृतघ्न माणसा, तुझ्या डोक्यावरून जाण्यासाठी!
तू कुठे किती होतास कुठे कसा आहेस कुठे कोण असशील काय असशील
— हा आहे सगळा कल्पनाविस्तार, मानवतेचा चिरंतन आजार
अव्याहत चाललेली ही समुद्रगाज केवळ तुझ्या आयुष्याचा सारांश समज एवढंच
तुला समजण्याची गरज आहे."

❑

२७. फर्ग्युसन कॉलेजात पुन्हा

टेकड्या पहाट संथ वल्हवत असतांना
उबदार बिछान्यात मांसल मायेत लोळू इच्छितं शहर

अचानक रस्तोरस्ती वाहनाऑफिसांवर आदळून फुटतात पोटं
गरजांच्या पंपांनी बाहेर फेकली जातात कुटुंबं

पुन्हा संध्याकाळी थकलंभागलं मनोद्रव्य झिरपत येतं
चुलीमुलींच्या तळापासून वरवर लख्ख रात्रीत हळूहळू

रात्री निर्मनुष्य गाज सुरू होते एकेक बटण बंद होत घराघरात
फेसाळत तुडुंब भरत पुन्हा पहाट साठत जाते कपारीकपारीतून

सरसर रात्रीतून फांद्यांमधून उतरतो पापणीवर बसण्यासाठी अलगद शिंजीर
तो पस्तीस वर्षांपूर्वीचा असतो ह्या रात्रीची वाट पाहात थांबलेला

अचानक आणतो स्थलकालातीत जाग तरंगत्या कालबिंदूवर टांगतो
तेव्हाचे सगळे प्रियजन गुरूजन अन्यत्र गेलेले नाहीसे झालेले

तेव्हाचा मी पैलतडी आणि बदलत्या वर्षांचं वाहून गेलेलं आयुष्य
दुथडी भिजवत अजून आहे, सरत गेलो तरी परत आलो तरी

दरवर्षीच्या जळधारांचं वचन घेत खिशात ढगाचं पिल्लू बाळगत
मोसमी माऱ्यांना जिरवत कोसळत येतील त्या घटनांना रिचवत

काठावरची ओल टिकवत खडकावर आपटत जात वाहालो
तटस्थ वृक्षांच्या खांद्यांवर झेप घेते खंडे किलकिलवत राहालो

मरू दे सगळी अरण्यं होऊ दे सर्वत्र वाळवंट मर्दा, फक्त टिकव तुझा ओला काठ
एवढा हा तुझा पैलतडीचा एक वृक्ष ठेव टवटवीत त्याला सुकू देऊ नको

❑

२८. हरि हरि! गेला बिचारा बापुला

फुटो तुझी वीट विठो   आटो चंद्रभागा
तुटो तुझा पाय अता   आम्हा घरी

तो हा विठ्ठल हटवा   तो हा माधव कटवा
पापपुण्याचा चकवा   नुरो आता

खेळ मांडियला   वाळवंटातला
सहस्र वर्षांचा   मोडो पुरा

गोड तुझे रूप   गोड तुझे नाम
मधुमेही बाप   आटोपला

भक्तीचे गुऱ्हाळ   विठ्ठलाचा गूळ
काढता काढता   जन्म गेला

जयाचिये घरी   पंढरीची वारी
रात्रंदिन फेरी   देवळात

कसायासी गाय   धारजिणी होय
तेवी त्याचा जीव   तुझ्या पायी

बाप तुझा भक्त   आळवीत तुज
जखमेचे रक्त   वाहाताही

विठ्ठला विठ्ठला   ओरडत गेला
दुःखाची गणना   कोण करी

धावा करूनीही   तडफडा मरी
मुक्ती ती ह्यासीचि   म्हणती की

तुझ्याशी संग जै   ढेकणासी हिरा
स्पर्शशी तो पुरा   वाया जाई

दूर हो विठ्ठला   येऊ नको पाशी
क्षुब्ध तोडीन मी   तुझे कर

आता नाही पाही   बापाचा मी बंदी
कोण मज अजी   मना करी

एवढीचि इच्छा   आता तरी सोडा
घराण्याचा पिच्छा   करा काळे

२.

अस्थिविसर्जनी   आलो पंढरीसी
घरचार ऐसा   पाळावया

वाट केली सोपी   हजारोंच्या वाऱ्या
फुका येरझाऱ्या   एस टी ने

पाहावेना डोळां   ऐसा हा धांदोळा
भवसागर पार   करावया

तुझीया नामाचा   जेथे तेथे धोशा
करंट्यांना पिसे   लावियेले

चोखा भला त्याची   पायरी पै बरी
उमाळा उदरी   दाटो आला

तरी रांगेवाटे   सरकलो पुढे
पाहिले काळमुख   संशयाने

बुडविली काठी   ज्या परी पाण्यात
पृष्ठभागाखाली   वक्र दिसे

तैशी तुझी मूर्ती   आणि माझी बुद्धी
सरळ ती तेथे   होई कैं पां

पाहाता पाहाता   मावळला क्रोध
हरपली बुद्ध   मख्ख झालो

वृत्ति जाल्या शांत   गोमटे ते रूप
जाता जाता टक   पायी ठेले

बनवीले तुवां   तुकारामापरी
मज बापड्याची   काय सरी

शिणली मराठी   शिणला अभंग
रिणला महाराष्ट्र   तुझ्या पायी

निवडीले कोणी   आपले पूर्वज
तरी होतो स्वतः   पूर्वजच

ह्यासाठी नव्हती   केली घासाघीस
शेवटची भेट   हार व्हावी

नको भक्ती रूक्ष   नको मज मोक्ष
केवळ वंशवृक्ष   पारंबी मी

घर सोडलेल्या   गृहस्थाचे दारी
पाळली मांजरी   फिरे तेवी

हरि हरि! गेला   बिचारा बापुला
विठू चिकटला   पारंबीला

❑

२९. कत्तलखाना

लांब दोराच्या दावणीला चिखलात ठाकले बैल मृत्यू हुंगत बाजूचा
बांधल्या जागी शहारत तोंड खाली कळकळते जीव कधी कुणाचे लाडके
डंगरे आयुष्यभर मोटनाडा ओढून थकले ढवळे पवळे   चढावर
पाय फाकून पडले
गाडे नांगर नेट लावून ओढतांना कोलमडले बाजारात विकले

मानेवर गळवं   ढोपरावर आरी   पाठीवर कासरे   शेपट्यांच्या गाठी
कपाळापासून उखडलेलं शिंग   वाहाता पू गंड जखमा यातना
आसवांनी भिजलेली नाकफडं काळ्याभोर डोळ्यांत मिटीमिटी भेदरा
कुणी मारकनं न्हाय नाठाळ न्हाय वढाळ तर बिलकूल न्हाय आंड बडवल्या
दिसापास्नं

पोळ्याचा हिंगुळ तसाच शिंगावर चवऱ्या रंगीत ऱ्हायल्या तशाच
माथ्यावर पुसट हळदपिंजर बाजारला काढल्या वेळेचं दुष्काळी दिसांत
अन्नपाण्याबगर कोरड्या खुटी ओढत नेलेले म्हादेव रिकाम्या पोटी आकांत
कुठे मळा कुठे लळा कुठे शिवार कुठे पोळा?

लांब गायरानांचे हिरवे मऊ पट्टे   दरवर्षी त्यांचे लांब संथ रवंथ
ज्यांचं आता किलोंनी उरलंय बीफ अंगाखांद्यावर
ती मऊ कुरणं कुठे? उधळती रानं कुठे? काबाड कामाच्या शेवटी
गोड पेंडी कुठे?
एकदा डोळ्यांतून आसवं गळून गेल्यावर ऱ्हातंच काय मांसाशिवाय?

कधी लागेल पातं कधी होईल वेदना जगण्याची हंबरून धडावेगळी?
धार लागून झालीय सुऱ्यांना आता बघच तू सुटका घटकाभरात
सोड दोर ओढ पोरा मुकाट्यानं येतोय रे यडा जीव मागं मागं
घे दाराआत लाव लाकूड बांध पाय सगळी खुरं घट्ट आवळ, अस्सं!

पडतंय् धूड आडवं तिकडून मानेखालून लाकूड लाव
धर नाथ शिंग पैलं सांभाळ भडव्या, हाणू सुरा? एकच घाव
कटला गळा कारंजं – दूर सर वाहू दे भळाभळा रगताचा नळा
तडफडतोय् किती – चाऱ्ही खुरांशी गाठींवर तटतटताय समद्या कळा
इतके दिवस मेला व्हतास का, आताच लई जिवंत होतूयस बिनामुंडक्याच्या?

नाकफडातली नाथ जरा ऱ्हाऊ दे, कुऱ्हाड घालून मुंडकं फोडाया बरी ती
जीब भाईर येतीच आयती, घे काढून लाव हुकाला
झालं काम पडलं थंड. जल्दी कर कुऱ्हाड काढ मान तोड
शेपटी उडव खुरं छाट दोन बोटांवर. मी करतो टांगा वेगळ्या टांगतो एकेक
पोटाखालून चीर मार सरसर, काढ कातडं, उलटव धड, गुंडाळ चमडी
खरवड कोठा फेक शेण, काय वास मारतंय् त्याच्या मायझौ
त्या सुऱ्यानं कलेजा काढ बघ कसं उसळतंय अजून, आंड काप टाक हितं
खुरं शेपटी शिंगं आतडी कोठा विहिरीत टाक समदा रेंदा
अर्धं काम झालं मर्दा दम घे आता. बाटली काढ बिडी घे, तराजू लावून
फासळ्या टांगतो मी तंवर हे मुंडकं कोरत बैस.

हरि हरि! केवढा होता, कुठे गेला हो? गरीब बिचारा परोपकारी जीव!
मेल्यावरसुद्धा सबंध शरीराचा अपराध पोटात घाला म्हणणारा

❑

३०. निरोप

ह्या विश्वभानाच्या घोंघावत्या समुद्रफेसात निरर्थक न ठरो
आपल्या आयुष्याचा सुरम्य सप्तरंगी बुडबुडा, न ढळो
हे पहाटी पांघरलेले दाट झाडांतून डोकावणारे रोशन सूर्य

ह्या खिन्न विनाशतत्त्वाच्या झपाट्यात दरवळो
अकाली महामेघानं उठवलेली जमिनीतली उग्रगंधी धूळ, साचो
घर भरून जगण्याची समृद्ध अडगळ

बिलगण्याचे मार्ग अनेक असतात गडे, कुठून कसे एकत्र आले
अगम्य एकवटले आपले हे गुणसूत्रांचे परस्पराकर्षी मांसल बुधले
आयुष्यप्रवाहाला बिलगले एकमेकांत शिरून आंधळे डिंभथवे

संसाराच्या नटबोलटांनी रोजच्या पिळत्या सरकत्या
आपल्यातलं अंतर कमी करत आणलं. पुरुषप्रकृतीच्या
ह्या प्रचंड जनित्रानं आपल्या कुड्या विद्युत्भारित झाल्या

टोपलीतल्या अजगरासारखी सांभाळ आपली हिंस्र सुस्ती
घुसमटून उन्मादाच्या दलदलीत एकमेकांवर लडबडलो त्याची
आवळत राहिलो रात्रीची वाळू फेसाळत आपटून फुटलो त्याची

खोलवर जिरवत पाणी उभारले जैविक उमेठ उंच उंच
लांब पसरत राहिलो मऊ रेतीवर सुखानं ओसरत
नकळत दूर जात्या तारुण्याला अंतरत उतारवयावरून ओसंडत

घरकामाची अहोरात्र गाज सांभाळत तू आपलं हे तारू संथ ठेवलंस
न उसळता न खवळता उलटं होऊ दिलं नाहीस हे बुडबुड आयुष्य प्रिये,
आपण एकमेकांना द्यायचं घ्यायचं काहीच बाकी ठेवलं नाहीय,
त्या एका जड थंड निरोपाशिवाय.

❑

४६ देखणी

३१. गुरुवर्य

गुरुवर्य एकटेच होते एकटेच वारले. त्यांनी मला मार्कसुद्धा दिले नाहीत
जेमतेम

नोकरी दिली नाही, फेलोशिपही दिली नाही, दिलं फक्त प्रेम
आणि भाषाशास्त्र. वर्षादहावर्षानं भेटतांना दिलखुष वेलकम
एकदा माझ्याकडे राहून गेले त्याच्या आठवणी कायम.

अचानक कधीही केव्हाही जा गुरुवर्य नेहमीच घरात बंद
द्वारघंटेनंतर उशीरा भिंगातून येतांना दिसे निरुत्साही प्रश्नचिन्ह
दार उघडताच त्याचं होई उद्गारवाचक स्तब्ध आश्चर्य शिवी आनंद
आणि कालांतर जोडून घेणारं मधुर हास्य गुरुशिष्यविनोद

जाचक वृत्ती संतप्त नजर काळा कडू चेहरा देवीचे वण
मालवणी अठराविश्वे लहानपण हालअपेष्टी शिक्षण सत्तर वर्षं कारंपण
जगाबद्दल तुसडे शेरे कडक मराठी विचार आग्रही प्रामाणिकपण
स्वतःच्या एकदोन लफड्यांबद्दल – एकूण स्वतःबद्दलच – मौन

होमिओपथी आणि घरातल्या घरात हजारो पावल्या – एवढ्यावर जगले गुरु
''विश्वास ठेवण्यासारखं काही आहे का मला सांग?'' मी काय सांगू धजू?
''जे आहे ते माझं, मी कोणाचा कोणी नाही'' – हेही खरंच झालं उलूप
त्यांच्या फ्लॅटचा ताबा कुणालाच घेता आला नाही बिनवारस कुलूप.

आलो पुन्हा, वाटलं — नको. गुरुवर्य जातांना दिसतील आता भिंगातून पार
तरी फोन केला सहज वाजत राहिला नुस्ती टर्रर टर्रर आवर्तनं पलीकडून
किती वेळ? भयंकर.

प्रात्यक्षिक तेहेतीस वर्षांपूर्वीच्या डेक्कन कॉलेजातल्या आपल्या वादाचं—
''सांग, संदेशवहनातले महत्त्वाचे घटक किती?'' सर, त्यातला जो नसतो
तोच एक महत्त्वाचा असतो.

❑

३२. स्त्रीमुक्त

ही न मिळो ती मिळेल   ती न मिळो जी मिळेल
लाख आहेत पोरी मर्दा,   कोणी एक मिळेल

महाराष्ट्रीय नको राष्ट्रीय एकात्मतेसाठी   जातीची नको अरे जातपात मोड की
हिंदू नसल्यास आणखी बरी   धर्मनिरपेक्षता चालून यिऊ दे घरी
तरी नको परदेशी नार   पळून जाईल एका दिशी पार
येवढा मोठा आपला देश   आरे हिंदुस्थानात काय कमी?
पंजाबी मारील पंजा   तर मल्याळीशी जुळेल
काश्मिरीनं वाटली मिरी   तर तामिळी नार मिळेल
उत्तरेकडची डोक्यावर बसली   तर दक्षिणेची लक्ष देईल
मुसलमान प्यारी मेरी   रोमन् रोम कॅथलिक मोगाची
गो तुज्या स्तनातल्या दुधात आणि ओठातल्या अंगाईत विरघळून जातील
माझे तुझे अपेशी भेद   खाण्यापिण्याचे रीतिरिवाजाचे जातिधर्माचे
— अशा बेकार खयालांत गड्या, कोणीच हाती लागली नाही
अर्धी जवानी लुळी झाली येड्या, सांस्कृतिक स्वप्नं खाटेबाहेर बरी

हाय हाय दिव्य प्रीती! तुझ्या नावानं ऊर बडवणं आलं
पूर्वी केव्हा बरं होतं   दर नव्या ओठावर ओळखीचं हसू होतं
कुणाच्या छातीची ख्याती   कुणाच्या भुवईवर आवई   कुणाची चाल तलवार
कुठे दडल्या साल्या आता एक दिसेना गेली
तरी इरेनं पडलो घोडनवऱ्यांच्या प्रेमात म्हणत – काट्यावाचून गुलाब नाही,
तर नाचणारणीनं अंगण वाकडं केलं   चित्रकारणीनं बोटं मोडली
लेखिका खिंकाळल्या   गाणारणीनं गळा काढला   थेटरवालीनं खेटर
स्कूलटीचर नाटिचरामि म्हणाली   विद्यार्थिनींनी अर्थ उकळला
टायपिस्टमागे पायपीट केली शंभर शब्दवेग
कारकुणीण स्वतःला फार कुणी समजली

शेजारणीला जार वाटलो बोभाट्यानं बेजार झालो, शेवटी
एका डॉक्टरणीनं टोचली लस प्रेम पुन्हा होऊ नये टिक्के जन्मभर

– गेल्या बापू एकेक. तीन मिनटांची झिंग त्यासाठी केवढा हा व्यय?
पेणावलो रे होनाजी, जगी सांगतात प्रीत पलंगाची खरीऽऽ

शेवटी आली लग्नाची बाशिंग बांधून, हळद लावून हलाल झालो
घरवात केली बाप झालो तत्त्वतः स्त्रीमुक्त.
कोणी कुणाला निवडलं? हा वाद बाद कर बाप्या,
जन्मणाऱ्या मुलांनी आम्हा दोघांना निवडलं.

❏

३३. प्यारी

मोसम सुबत्तेचे होते   ते तू घातपाताचे केले
दिवस शेणामेणाचे होते   ते लोखंडाचे झाले

आपले वचक भिडत होते   तिथे सरहद्दी ठरत होत्या
दोघांच्या दहशती कायद्यांनी   आपले अंमल टकरत होते

आमचे इकडील हेर खबर देत   तुझ्या इराद्यांची तुझ्या जरबांची व
तुलादेखील तुझे तिकडील जासूद सांगत   आमचे हालहवाल आमची मजबुरी

तुला गनीम करण्याच्या बेहोषीत   आम्ही कोणाचे दोस्तही होऊ शकलो नाही
तुला जेर करण्याच्या हशिलात   आमची आजादीही आम्ही टिकू दिली नाही

आम्ही समजत आलो की आमचं हे वतन   तुझ्या हद्दींनी शाबूत आहे व
हुबेहूब तुझं देखील वतन आमच्या हद्दींनी.   दोघांची रयत खुशाल असावी

रुकात पडावे वाहवा व्हावी   करार करावे सलूक व्हावे जरूर खूष
परस्परांची औखात ओळखावी   दिक्कत नसावी शहामत मानावी

मतलबी हुशार तू अफवा फैलावल्या   की आम्ही नाकाबिल निकम्मे आहोत
बेशक तुझा तसा हक्क असेल   पण शिताफीनं तू सबूत कधी दिले नाहीत

नारे लावले धांडोरे पिटले जाहीर दुनियाभर   आमचा दरारा कमी केला
                                        बदनाम केलं
आमचे पेंढारी तुझ्या कह्यात गेले   उलटले आमचेच राजेरजवाडे तुला
                                        कुमक देत
टेहळण्यांचे रिसाले गाफील झाले   गस्त ढिली झाली फौजा बेफिकीर
बेइमानी फंदफितुरी निमकहरामी वाढली   चिथावणी धमकावणी तुझा दस्तुर

५० देखणी

मसलती व मनसुबे व हिकमती व शह   ही तुझी खानदानी कसबं होती
हमेशाची होऊन बसली शाहादणं   व नौबत व कूच व टापा व हल्ले

हर हर महादेव तुरे नगारे   पागा फुरफुरणं छावण्या गलबलणं लांडगेतोड
आंदू काढून हत्ती घालणं   रोजची राहुट्यांमधली रड आफत पीछेहाट

मर्दुमकीची खूप शिकस्त केली   अस्मानीसुलतानी मुंडक्यांचे मनोरे कत्तल
बेभान आम्ही तुझी दौड अडवत गेलो   अपेशी जखमा मिरवत राहिलो

मानली तुझी मुलकी शिस्त   लष्करी जिद्द   गाडून लढणं   दमदार जंग
दिलदार वागणं दीनदुबळ्यांना छातीशी लावणं   भाईचारा वतनाशी इमान

आम्ही मूळचे नांगर टाकून तलवार घेतलेले   बेहिमती शाकाहारी जात
हवालदिल होऊन पळत सुटायला   नामोहरम व्हायला किती वखत?

तुला नेस्तनाबूत करण्याच्या धमक्या   फाजील ठरत गेल्या
येत गेलो आमनेसामने   भिडत गेल्या तलवारी नजरा   उतरत गेली मस्ती

मोहोबत जडत गेली – तुझा अबलख घोडा   ऐटबाज शिरपेच दरबारी ऐष
मिठी जुबान ताज तख्त ठुमऱ्यागझला   सतारशहनाया वतनासाठी कुर्बानी

आमचे होश उडत गेले हारत गेलो   हरवक्त चोहो बाजूंनी
रुमालानं हात बांधून ऐ प्यारी,   आम्ही तुझ्या कबजात गेलो

हवालदिल आम्हाला दर लढाईत तू बजावत गेलीस, प्यारे काफिर
पृथ्वीवर स्वर्ग कुठे असेल तर हा इथेच आहे, इथेच आहे, इथेच आहे.

❑

३४. आकाशी रुसला गो चंद्र

आकाशी	रुसला	गो	चंद्र	थांबला	माथ्यावरी
			खिन्न	थांबला	माथ्यावरी
चांदुली	दाटली	गो	रात्र	शोभली	चंद्रप्रभा
			घुम्म	शोभली	चंद्रप्रभा
झुलले	नक्षत्रांचे		नभी	रुपेरी	चिमणाळे
			वरी	रुपेरी	चिमणाळे
तोऱ्यात	उजळला		तारा	शुक्राचा	तुझ्यासरी
			पारा	शुक्राचा	तुझ्यासरी
उमटे	पुसटशी		बिंदी	निढळी	मंगळाची
			तुझ्या	निढळी	मंगळाची
घुमले	ढोलारात		पक्षी	तुझीया	रानभरी
			वक्षी	तुझीया	रानभरी
भाटात	विसरले		माड	सावल्या	घडोघडी
			झाडं	सावल्या	घडोघडी
गर्जते	आसमंत		राणी	दर्याच्या	उधाणानं
			घोर	दर्याच्या	उधाणानं
फुटल्या	भरतीच्या		लाटा	तुटल्या	आणाभाका
			वाटा	खुटल्या	आणाभाका
थांबले	ओथंबले		ढग	दूरच्या	क्षितिजाशी
			बघ	दूरच्या	क्षितिजाशी
वादळ	सोसेल का		तुज	आजची	ताटातूट
			प्रिये	आजची	ताटातूट
सांडेल	मणी मणी		दोरा	तुटेल	गळसोरी
			तुझी	तुटेल	गळसोरी
हृदयी	साठविल्या		किती	समृद्ध	आठवणी
			मनी	समृद्ध	आठवणी

सुटेना	जीवाच्याने	तुझी	मोगाची	आधातुरी
		बाई	मोगाची	आधातुरी
कापीला	सुखवृक्ष	थिंगा	लावीला	निवडुंग
		आता	लावीला	निवडुंग
भोगीला	अंतर्दाह	तुझ्या	येणाऱ्या	विरहाचा
		पुढे	येणाऱ्या	विरहाचा
हासलो	वरपांगी	उजो	सोशीला	निरोपाचा
		घाव	सोशीला	निरोपाचा
मांडीला	चार दिस	डाव	मोडीला	भटक्याचा
		ठाव	मोडीला	भटक्याचा
लावीले	पायाखाली	सदा	भोवप	कशासाठी
		मी हा	भोवरा	कशासाठी
फिरले	संसाराचे	चाक	वाजले	कराकरा
		वाट	वाजली	कराकरा
खांद्याचा	जडावला	पाख	पापणी	पाणावली
		सखे	पापणीही	पाणावली
भेटलो	लाटेसोरी	तसे	फुटलो	लाटेपरी
		आगो	तुटलोही	लाटेपरी
एकटी	ढाळू नको	आसू	लाडके	पूस आसू
		आता	लाडके	नको आसू
मात ही	मान गडे	तोडी	काळ त्यां	कोण जोडी
	गडे	कोण	जोडी जे	काळ तोडी

❑

३५. सेरनाद : जनेलासकल

कशी दोळ्यात भोरली गो बावली ॲना
रंग उधळून आंगात भिनली मोजी मैना
पिसो करून लिपली गो सांगातन यिऊ ना

तुज्या पावलांनी पडली वाटु पायाखाली घेतलो
आन तणार सांडिल्लं हांसो वेचूक भोवलो
तुज्या बगर राव नज नारी जाता माका उस्को, माजी ॲना

कशी उदकात लिपौन पाय उभी बळार
तुजी नदर माज्यावर बसली जालो काबार
दोळे तुका सोधून सोधून सुजले येता केन्ना
आगे नारी बेगिन यो वेळ लावू ना, माजी ॲना.

❏

५४ देखणी

३६. सेरनाद : आडवाटेक

हासणं गो चाफ्याचं
   चाफ्यानं भोरलं आंगण बाईचं, बोलणं गो धोक्याचं

बोलणं गो धोक्याचं
   धोक्याचा रंग इच्या ओठावर नाचतां, कांपणं गो ओठांचं

कांपणं गो ओठांचं
   ओठांत डुबलो पुरो मी आजवर, रुतलो गो कांकणांत

कांकणं गो हळदुवे
   हळदीनं खुललं वाठार बाईचं, राखण गो लाटांची

राखण गो लाटांची
   लाटांची कुजबुज कानीं सदीं अन्, मनात गो अलगुज

मनात गो अलगुज
   अलगुज उमटे पोल्यावर बाईच्या, धरला गो अबोला

धरला गो अबोला
   अबोल्यान् फुलली बाईची वाटु गो, पायात यिऊ दी आडवाट

पायात गो आडवाट
   आडवाटे वयतालो पळवून व्हरतालो, वांगड करतालो जल्माची

❑

देखणी ५५

३७. सेरनाद : आदेउस करतंना

थरारा पावसात सुटलो गो गाव तुजो
   पुसली रेतीतली पावलां, गो बाई पुसली रेतीतली पावलां
हासण्यात हासणं ॲनाचं हासणं
   हासुल्या दिसांच्या माळो, गो जाल्या हासुल्या दिसांच्या माळो
चांदन्यात चांदनं दर्यावरी चांदनं
   चांदुल्या रातीच्या दिवल्यो, गो जाल्या चांदुल्या रातीच्या दिवल्यो
पगळले दीस गो सांडल्यो राती
   जाली पावशा गावाची काहणी, गो बाई पावशा गावाची काहणी
लाटावरी लाटा वरसांच्या लाटा
   सागरी यादांच्या लाटा, गो बाई सागरी यादांच्या लाटा
तटातट तुटलो लाटेवर फुटलो
   पैलतडी पावय रे तारया, माका पैलतडी पावय रे तारया
नदीन तोडलो डोंगरान फेकलो
   मोडला मोगाचा फेळू, गो नारी मोडला मोगाचा फेळू
मोगान भोरलं मन वायट दिसतां
   निमाणो करता आदेउस, तुका निमाणो करता आदेउस.

❑

३८. रातराणी

हाशहुश बसून मागे जाणाऱ्या अतिपरिचित रस्त्यांतून सरकतो एकदाचे
स्वतःची सीट वरती पेटी खिशात पैसे ठीकाय. बाजूच्याशी नागरी सलगी
हमरस्ता वारा वर वृश्चिकेची भव्य अफलातून नांगी आयताकृती खिडकीवाटे
अर्धं आकाश अर्धी जमीन पुसट सरकते दिवे टिपती जाणीव इंजिनची हलगी

राहून गेलेल्या पुढे ढकललेल्या घरच्या जबाबदाऱ्यांतून मुक्ती
गतीची वाढती भेर हळूहळू डोक्याची पालखी प्रदीर्घ तंद्री
दृष्टीसातत्यातीत सृष्टीसौंदर्य टिपणारी बधीर संज्ञाशक्ती
मागे जाणारी गुडूप सूर्यावलंबी खेडी नदी तटस्थ झाडी

सुस्त थांबे मधे चढू पाहणाऱ्या गाववाल्यांशी कंडक्टरचं मराठी भांडण
दिवे बंद सूं सूं वेग खराब रस्ता येणारी ट्रक ड्रायव्हरचं स्वगत धाब्यावर च्या
मळीचा वास साखरकारखाना बैलगाड्यांची वर्दळ बैलांचं रेडियम घाट चढण
एक महानदी मोठा पूल खाली कोरडं पात्र वळणंवळणं खडीचे ढीग डोंगरदऱ्या

कंटाळा. छे छे रात्र काढायचीय् अशीच, लांबवा पाय पुढच्यास अदखलपात्र
मुलायम चढउतारांवर सुरुवातीची तरंगती जागृत किफायतशीर पेंग
ड्रायव्हरची पाठ ट्रकांचे हल्ले व्यत्ययदर्शक शिव्या हळूहळू कथील नेत्र
शिथिल गात्र

अधूनमधून कानावाटे ब्रेकची करवत रहदारीचिन्हं झोपेची वेंग

दक्ष कण्यावरून पुन्हापुन्हा घरंगळती मान मधेच लायटं लख्खझोप ऊनसावल्या
जातं शहर चेपून आगल्या मागल्या झोपखंडांमध्ये झोपत राहा पण सांभाळ तोल
रुंद रस्ता दुतर्फा रान रात्रीची वेळ कोणी कोणाचं नाय गड्या
कर ड्रायव्हर सुरू आता सामूहिक रॉक-न्-रोल

पिस्टनचा डबल बेस टायरांची सूं सूं फ्ल्यूट संथ क्लच सॅक्सोफोन
ढिल्या दरवाजाचा मुख्य ड्रम खिडक्यांचे साइड ड्रम अधूनमधून हॉर्न

झुलतोय ड्रायव्हर वळणावळणावर डोलतायत सगळे फार्मात येऊन
उलटलीच अशात बस तर बरं व्हील मायला, मागच्या पुढच्या चिंताच
जातील चेंदा होऊन

मधेच चौकी कर्तव्यदक्ष पोलिसांची वर्दी चेहरा टॉर्च घाऊक तपासणी
पुढे धाबा पाय मोकळे झोपेतला घट्ट गोड च्या चिकट जीभ घसाभर
बाजूच्या टपरीत महमद रफी का मुकेश जुनं गोड गाणं कोणतं की
घाईत लघ्वीचं तट्ट सोडा वॉटर तुडुंब पखालभर निःशंक शांत रस्त्याच्या
काठावर

पुन्हा वेग मनाशी पोचल्यावरचा कार्यक्रम आखतांना अनावर निद्रालहरी
अचानक बस उभीय् वाटतं, चालू नाय. ड्रायव्हर अंधारात गायब सुन्न
अवकाश
''कित्ती छाऽन गाज ऐकू येतेय समुद्राचीऽऽ'', ''वेड लागलंय का, ती
पुढच्या हायवेची रहदारी''
नंतर ''अरे ओय् हे घर की काय? रेलतोयस किती? नीट बैस की''
– एकपात्री संवाद

गंगाफळासारखे आपण सीटवर गोल होऊन पडलेलो संज्ञाही तशाच राठ
संपूर्ण बाहेरचं जग प्रकटत जातं चेतना खिडकीबाहेर लवंडू पाहातात
जबरझोप चालू ठेवत पडून राहतो आपण सीटशी ताठ लावून पाठ
बाहेर फटफटतं रान दरीतून वरखाली पक्षीगण गार हवा सुप्रभात

अमुक ग्रामपंचायत आपले झर्रकन स्वागत करीत आहे. रामराज्य आणू
शिवसेना पाटी इंदिरानगर साक्षर व्हा – अडाणी आई घरदार वाया जाई
शारीरिक हक्क बजावत भररस्त्यात म्हशी. ''आरे तो बघ मोर रस्ता
वलांडून गेला जणू''
''ह्याट्, प्लॅस्टिकची थैली ती, उडत गेली वाऱ्यानं. झोप गेली की न्हाई?''

लांबून महानगर पिवळ्या धम्म दिव्यांचं धुक्यातले चार पदरी हार मनोहर
"बघा ते काय हायवेवर मृगाजिन आंथरलं कोनं वडाखाली की?"
"छे, टायरखाली आलं कुत्रं, ट्राफिक किती है रातभर?"
"अरे अरे! पार चामडंच उरलंय की हो!" प्रदीर्घ थुंकी

हजार किलोमिटरांत रात्रभर एक उलटण दोन घसरणी चार ठोकरा चुकवून
पावली खरी रातराणी अंतर मागे फेकत – आपण जिथल्या तिथेच तर
                                        बसून आहोत
कुठे कोण आलं? – "अरे सोते कैसे यार, जागो. उतरो जल्दी."
                        झोपेचा पॅरशूट फटकन गुंडाळून
आपलं मृगाजिन झालं नाही याची खातरी करत आपण पायउतार.

❑

देखणी   ५९

३९. पसाय

हाय हाय! मेल्यावर माझं देहावसान होईल माझी इहलोकीची यात्रा संपेल
स्वर्गीय कैलासवासी वैकुंठवासी असे किताब घरबसल्या चालून येतील
सहकारी आणि संस्था आदरांजली वाहातील भावूपर्ण, दुखवट्याचा ठराव
पास होईल पाचचार जणांच्यांत तीन मिनिटं शांतता पाळून, त्याची प्रत
बायकोकडे येईल आधीच माझे कागद सांभाळता वैतागलेली बिचारी

पेपरवाले फार तर दहा पॉइंटी छापतील दुःखद निधन बातमी म्हणून
आडपानावर सातव्या कॉलमात खाली कुठे तरी पापडांच्या जाहिरातीपाशी
दिवंगत माझ्या मागे एक पत्नी आणि दोन मुलगे असा परिवार असणार
कदाचित माझं शव ठेवलं असेल अंतिम दर्शनास्तव साश्रु नयनांनी
निरोप घेण्यासाठी भाडं जागरण सोसत्या कोण्या प्रिय वृद्ध मित्रांसाठी
किंवा आयुष्यभर जवळ न केलेल्या जवळच्या नातेवाइकांसाठी

थोडीफार पोकळीही निर्माण होईल किंवा कधी भरून न येणारी हानी
फाजील गौरवकरत्यांच्या लेखी, श्रोते जमण्याचे वांधे करणाऱ्या शोकसभेत
नेमकं मी कोणत्या गोष्टीसाठी सारं आयुष्य वेचलं असंही ज्ञान प्रकाशात येईल
देहाने गेले तरी कार्यरूपाने जिवंतच राहातील, असं दिलासा सर्टफिकिट मिळेल
हा महाराष्ट्र हा जिल्हा किंवा हा समाज मला कायमचा मुकेल
तीव्र दुःख व्यक्त करतील उच्चपदस्थ स्नेही जाहीर
धक्काच बसेल काहींना तर माझ्या अनपेक्षित प्राणज्योत मालवल्याचा.

तदनंतर ह्या पार्थिव देहावर अंत्यसंस्कार होतील
काया पंचमहाभूतांत विलीन करण्यापूर्वी
तीव्र शोक व्यक्त करतील स्वीय सहाय्यकांनी फायलीतून
उतरवलेल्या ड्राफ्टखाली सही करून कोणी मित्रमंत्री
किंवा एखाद्या अर्पणपत्रिकेत उमटेल क्रूर नियतीविरुद्ध दुःखाचा काव्यमय हुंकार

पांडुरंगा मज सुखाने मरू दे नको लागो लफडी ऐसी मागे
मागो तुज हेचि दुजे नको काही माझा विसर तात्काळ पडो सकळां

❑

६० देखणी

४० आत्मचरित्र

सांगवीत रांगलो खान्देशाने फांदा मारला सत्राव्या वर्षी दिला खांदा
जाळलो पुण्यात साही वर्षं उण्यात गेलो बापपुण्याई खरचत दरमहा केला वांधा

मुंबईत चर्चगेट बी-रोडवर तीन वर्षं उपासजाग्रणांनी रोड झालो चर्चा ग्रेट
सिग्रेट पिऊन पंचर झालो जोडून मारली टांग
मग नगरचा जिगर झालो बिगरवर्षेचं वर्ष काढलं शिकवत इंग्रजी डिंगडांग

धुळ्यात एक काळोखं साल गळ्यात बांधलं खुळ्यात गेलो राहील याद
औरंगाबादनं रंग भरले और वंशविस्तार केला की सहा वर्षांनी
उभरला जातिवाद केलो बाद

लंडनशी भांडण झालं पॉवेलसाहेब चावेल म्हणून वर्षाअखेर गाठलं विमान
काळ्या कातडीनिशी मान ठेवत ताठ
परतून चौदा वर्षं मराठवाडा धरलो उंटबिडीवून शेळ्या हाकल्या
विद्यापीठाच्या पन तेबी झालं मायला येकायेकी राठ

मागीर गोव्याच्या शिव्या खाल्ल्या चार वरसां बांबोलीन् बोंबो मारल्या
अरबी समुद्र फेणीत डुबोयला मरे
पुन्हा केलीना मुंबई जिवाची   संपली गोष्ट.   शेवटी साठा उत्तरी अडलो

आता बहुदा एकच जागा उरलीय म्हणून ह्या आत्मचरित्राच्या फंदात पडलो.

❑